T

PICTURE PLAYB

_____

_____

_____

_____

ਲਿਅਮ ਖੇਤਾਂ ਦੀ ਸੈਰ ਨੂੰ ਗਿਆ
ਕੈਟੀ ਟੀਗ

LIAM'S DAY OUT
KATI TEAGUE

ਸੰਪਾਦਕ: ਰੋਜ਼ਮੇਰੀ ਲੈਨਿੰਗ

Series Editor : Rosemary Lanning

Magi Publications, London

First published 1991 by Magi Publications,
55 Crowland Avenue, Hayes, Middx UB3 4JP
This edition published 1995
© Kati Teague, 1991
© Punjabi translation, Magi Publications, 1991
Printed and bound in Hong Kong
Produced by Mandarin Offset
Translated into Punjabi by Amarjit Chandan
ISBN 1 85430 378 3

"ਚਲ, ਲਿਅਮ,"ਮੰਮੀ ਨੇ ਕਿਹਾ। "ਆਪਾਂ ਕੰਟਰੀਸਾਈਡ ਇਕ ਦਿਨ ਲਈ ਚੱਲੇ ਹਾਂ"
"ਮੈਂ ਨਹੀਂ ਜਾਣਾ," ਲਿਅਮ ਅੱਗੋਂ ਬੋਲਿਆ।

"Come on, Liam," said Mum. "We're going for a day in
the country."
"Don't want to," said Liam.

"ਪਰ ਦੇਖ ਕਿੰਨਾ ਸੁਹਣਾ ਦਿਨ ਹੈ," ਮੰਮੀ ਨੇ ਆਖਿਆ।
"ਮੈਨੂੰ ਨਹੀਂ ਪਸੰਦ ਕੰਟਰੀ," ਲਿਅਮ ਨੇ ਕਿਹਾ। "ਮੈਂ ਇਥੇ ਹੀ ਰਹੂੰਗਾ।"

"But it's a lovely day," said Mum.
"Don't like the country," said Liam. "I want to stay here."

ਐਨ ਓਸ ਵੇਲੇ ਗੇਲ, ਐਨਾ ਤੇ ਇਮਰਾਨ ਆ ਗਏ। ਇਨ੍ਹਾਂ ਸਾਰਿਆਂ ਨੂੰ ਬਾਹਰ ਜਾਣ ਦਾ ਚਾਅ ਸੀ।

Just then, Gail, Anna and Imran arrived. They were really looking forward to their day out.

ਬਸ ਸਟੌਪ ਵਲ ਜਾਂਦਿਆਂ, ਲਿਅਮ ਹੌਲੀ-ਹੌਲੀ ਤੁਰ ਰਿਹਾ ਸੀ ਤਾਕਿ ਉਨ੍ਹਾਂ ਦੀ ਬਸ ਖੁੰਝ ਜਾਏ।

On the way to the bus stop, Liam walked very slowly hoping they would miss the bus.

ਦੂਜੇ ਬੱਚੇ ਬਸ ਵਿਚ ਚਾਮ੍ਹਲ ਚਾਮ੍ਹਲ ਗੱਲਾਂ ਕਰ ਰਹੇ ਸਨ। ਪਰ ਲਿਅਮ ਹਾਲੇ ਵੀ ਡੁੰਨਵੱਟਾ ਬਣਿਆ ਬੈਠਾ ਸੀ। ਇਹਨੂੰ ਬਾਹਰ ਨਜ਼ਰ ਆਉਂਦੀ ਖੁਲ੍ਹੀ ਵਿਸ਼ਾਲ ਜਗ੍ਹਾ ਚੰਗੀ ਨਹੀਂ ਸੀ ਲਗ ਰਹੀ। ਜੇ ਸਾਰੇ ਗੁਆਚ ਜਾਣ, ਤਾਂ ਫੇਰ ਕੀ ਹੋਵੇ?

The others chattered excitedly on the bus. But Liam still wasn't happy. He didn't like the look of all that wide, open space. What if they got lost?

ਬਸ ਵਾਲੇ ਨੇ ਇਨ੍ਹਾਂ ਨੂੰ ਚਿੱਕੜ ਵਾਲੇ ਰਸਤੇ ਦੇ ਪਾਸੇ 'ਤੇ ਲਾਹ ਦਿੱਤਾ। ਲਿਅਮ ਨੂੰ ਖੇਡਣ ਲਈ ਰਸਤੇ 'ਚ ਖੜ੍ਹਾ ਪਾਣੀ ਮਿਲ ਗਿਆ ਤਾਂ ਜਾ ਕੇ ਇਹ ਰਤਾ ਖ਼ੁਸ਼ ਹੋਣ ਲੱਗਾ।

The bus set them down at the end of a muddy track. Liam found some puddles to splash in and he began to cheer up a little.

ਫੇਰ ਸਾਰੇ ਫ਼ਾਰਮ ਦੇ ਗੇਟ ’ਤੇ ਪਹੁੰਚੇ। ਗੇਟ ’ਤੇ ਨੋਟਿਸ ਲੱਗਾ ਹੋਇਆ ਸੀ- ‘‘ਮਿਹਰਬਾਨੀ ਕਰਕੇ ਗੇਟ ਬੰਦ ਕਰਕੇ ਰਖੋ।’’ ਏਸ ਲਈ ਮੰਮੀ ਨੇ ਛਾਲ ਮਾਰ ਕੇ ਗੇਟ ਪਾਰ ਕਰ ਲਿਆ।

Then they came to a farm gate. “Please keep the gate closed,” said a notice. So Mum jumped over!

ਫ਼ਾਰਮ ਵਿੱਚ ਮੁਰਗੀਆਂ ਚੋਗਾ ਚੁਗਣ ਲਗੀਆਂ ਸਨ। ਜਦ ਇਨ੍ਹਾਂ ਲਿਅਮ ਨੂੰ ਦੇਖਿਆ ਤਾਂ ਇਹ ਡਰ ਕੇ ਉਡ ਗਈਆਂ।

In the farmyard there were chickens scratching around for food. When they saw Liam they squawked and flew away.

ਫ਼ਾਰਮਰ ਦੀ ਧੀ ਸਾਰਿਆਂ ਨੂੰ ਮਿਲਣ ਬਾਹਰ ਆਈ। "ਹੈਲੋ," ਇਹਨੇ ਕਿਹਾ। "ਮੈਂ ਸਾਰਾ ਹਾਂ। ਤੁਸੀਂ ਸਾਡਾ ਫ਼ਾਰਮ ਦੇਖਣ ਆਏ ਹੋ ਨਾ? ਘੁੰਮ ਫਿਰ ਕੇ ਚੰਗੀ ਤਰ੍ਹਾਂ ਦੇਖੋ।"

The farmer's daughter came out to meet them. "Hello," she said. "I'm Sara. Have you come for our farm tour? Have a good look round."

ਪਹਿਲਾਂ ਸਾਰੇ ਲੇਲੇ ਦੇਖਣ ਗਏ। ਲਿਅਮ ਦੀ ਭੈਣ ਬ੍ਰਿਜਟ ਨੇ ਲੇਲਾ ਚੁਕ ਲਿਆ
"ਲਿਅਮ, ਇਹਦੇ 'ਤੇ ਹੱਥ ਫੇਰ ਕੇ ਦੇਖ," ਇਹਨੇ ਕਿਹਾ।

First they went to see the lambs. Liam's sister, Bridget, picked a
lamb up. "You can stroke it if you want, Liam," she said.

ਲਿਅਮ ਘਬਰਾ ਗਿਆ, ਪਰ ਜਦ ਇਹਨੇ ਹੱਥ ਕਢਿਆ ਤਾਂ ਲੇਲਾ ਬੁਥਿਆਣ ਲੱਗਾ।

Liam was a bit nervous, but he stretched out his hand and the lamb nuzzled it.

“ਇਹ ਦੇਖ ਬਕਰੀਆਂ,” ਗੇਲ ਨੇ ਆਖਿਆ। “ਦੇਖ ਕਿੰਨੀਆਂ ਚੰਗੀਆਂ ਨੇ।”

“Come and see these goats,” said Gail. “They’re really friendly.”

"ਇਹ ਮੇਰਾ ਰੁਮਾਲ ਖਾਣ ਲੱਗੀ ਹੈ," ਬ੍ਰਿਜਟ ਨੇ ਕਿਹਾ। "ਭੈੜੀ ਨਾ ਹੋਵੇ ਤਾਂ।"

"This one's trying to eat my hankie," said Bridget. "Silly goat."

"ਪਿਕਨਿਕ ਦਾ ਵੇਲਾ ਹੋ ਗਿਐ," ਮੰਮੀ ਨੇ ਕਿਹਾ। ਇਹ ਸਾਰਿਆਂ ਨੂੰ ਖੇਤ 'ਚ ਲੈ ਗਈ।
ਇਕ ਪਾਸੇ ਮੇਜ਼ ਤੇ ਬੈਂਚਾਂ ਡਠੀਆਂ ਹੋਈਆਂ ਸਨ।

"Time for our picnic," said Mum. She led them into a field
There were tables and benches in one corner.

ਸਾਰਿਆਂ ਨੂੰ ਬਹੁਤ ਭੁੱਖ ਲੱਗੀ ਹੋਈ ਸੀ। "ਸੱਜਰੀ ਹਵਾ ਕਰਕੇ ਹੈ," ਮੰਮੀ ਨੇ ਕਿਹਾ।
ਲਿਅਮ ਪਿਛਾਂਹ ਝਾਕੀ ਜਾਂਦਾ ਸੀ ਮਤੇ ਗਊਆਂ ਆ ਕੇ ਇਹਦੀਆਂ ਸੈਂਡਵਿਚਾਂ ਖਾ ਲੈਣ।

Everyone was very hungry. "It's the fresh air," said Mum. Liam
was looking over his shoulder, wondering if the cows would come
and steal his sandwiches.

ਖਾਣ ਤੋਂ ਮਗਰੋਂ ਸਾਰਾ ਨੇ ਸਭਨਾਂ ਨੂੰ ਦੱਸਿਆ ਕਿ ਗਊ ਦੀ ਧਾਰ ਕਿਵੇਂ ਕਢੀਦੀ ਹੈ। "ਆਮ ਕਰਕੇ ਅਸੀਂ ਮਸ਼ੀਨ ਨਾਲ ਕਢਦੇ ਹਾਂ," ਇਹਨੇ ਕਿਹਾ। "ਬੜੀ ਛੇਤੀ ਨਿਕਲ ਜਾਂਦੀ ਹੈ।"

After lunch Sara showed them how to milk a cow. "We normally do this by machine," she said. "It's much faster."

ਢਾਰੇ ਦੇ ਦੂਜੇ ਪਾਸੇ ਕੁਝ ਵਛੜੇ ਤੂੜੀ-ਪਰਾਲੀ ’ਚ ਲੰਮੇ ਪਏ ਸਨ। “ਇਹ ਸਿਰਫ਼ ਦੋ ਦਿਨਾਂ ਦੇ ਹੀ ਨੇ,” ਸਾਰਾ ਨੇ ਕਿਹਾ। “ਹਾਲੇ ਬਾਹਰ ਜਾਣ ਜੋਗੇ ਨਹੀਂ ਹੋਏ।”

On the other side of the barn were some calves, lying in the straw. “They are only two days old,” said Sara. “Too young to go outside yet.”

"ਝੂਟੇ ਲੈਣ ਲਈ ਸਾਰੇ ਟਰੈਕਟਰ 'ਤੇ ਚੜ੍ਹ ਜਾਓ!" ਫ਼ਾਰਮਰ ਨੇ ਬੈਠਣ ਲਈ ਤੂੜੀ ਦੇ ਗੱਠਿਆਂ ਨਾਲ ਭਰੀ ਲੰਮੀ ਟਰਾਲੀ ਵਲ ਸੈਨਤ ਕਰ ਕੇ ਆਖਿਆ।

"All aboard for the tractor ride!" called the farmer, pointing at a long trailer with bales of straw for seats.

ਸਾਰਾ ਨੇ ਟਰੈਕਟਰ 'ਤੇ ਚੜ੍ਹ ਕੇ ਇੰਜਣ ਸਟਾਰਟ ਕੀਤਾ। "ਬਚ ਕੇ ਸਾਰੇ!" ਇਹਨੇ ਕਿਹਾ ਤੇ ਸਾਰੇ ਫ਼ਾਰਮ ਦੁਆਲੇ ਡਿੱਕੋਡੋਲੇ ਖਾਂਦੇ ਘੁੰਮਣ ਲੱਗੇ।

Sara climbed onto the tractor and started the engine. "Hold on tight!" she said and away they went, bumping round the farm.

ਇਹ ਭੇਡਾਂ ਲੇਲਿਆਂ ਨਾਲ ਭਰੇ ਖੱਤਿਆਂ ਕੋਲ ਗਏ। ''ਤੂੰ ਉਹ ਲੇਲਾ ਦੇਖਿਆ?'' ਇਮਰਾਨ ਨੇ ਪੁੱਛਿਆ। ''ਕਿਵੇਂ ਉਛਲਿਆ ਸੀ!''

The tractor took them past fields full of lambs. "Did you see that one?" said Imran. "It bounced!"

ਲਿਅਮ ਦੀ ਮੰਮੀ ਨੇ ਦੇਖਿਆ ਦੋ ਗਊਆਂ ਦੁਆਲੇ ਵਛੜੇ ਖੜ੍ਹੇ ਸਨ। ਸਾਰਾ ਨੇ ਸਮਝਾਇਆ, "ਇਹ ਦੋਹਵੇਂ ਇਨ੍ਹਾਂ ਵਛੇਰਿਆਂ ਦੀ ਬੇਬੀ ਸਿਟਿੰਗ ਕਰ ਰਹੀਆਂ ਨੇ।"

Liam's Mum saw two cows surrounded by calves. "Those two are babysitting for the other mothers," explained Sara.

ਇਹ ਸਾਰੇ ਟਰੈਕਟਰ 'ਤੇ ਢਾਰੇ ਵਿਚ ਚਾਹ ਪੀਣ ਮੁੜੇ। ਖਾਣ ਲਈ ਤਾਜ਼ੇ ਆਂਡੇ ਤੇ ਘਰ ਦੀ ਬਣਾਈ ਡਬਲਰੋਟੀ ਤੇ ਜੈਮ ਸੀ। ਡੈਡੀ ਨੇ ਘਰ ਵਾਸਤੇ ਆਂਡਿਆਂ ਦੀ ਟੋਕਰੀ ਖਰੀਦੀ।

The tractor brought them back for tea in the barn. There were fresh farm eggs and home made bread and jam. Dad bought a basket of eggs to take home.

ਬਸ ਵਿਚ ਘਰ ਮੁੜਦਿਆਂ ਹਰ ਕੋਈ ਹੰਭਿਆ ਹੋਇਆ ਸੀ, ਪਰ ਲਿਅਮ ਨੂੰ ਦੂਜਿਆਂ ਵਾਂਗ ਨੀਂਦ ਨਹੀਂ ਸੀ ਆਈ। ਇਹ ਹਾਲੇ ਵੀ ਸਾਰਾ ਦਿਨ ਦੇਖੀਆਂ ਚੀਜ਼ਾਂ ਬਾਰੇ ਸੋਚ ਰਿਹਾ ਸੀ।

On the bus home everyone was tired, but Liam didn't go to sleep like the others. He was still thinking about everything he had seen.

"ਕਾਸ਼ ਮੈਂ ਫ਼ਾਰਮ 'ਚ ਰਹਿ ਸਕਦਾ," ਇਹਨੇ ਚਿੱਕੜ ਨਾਲ ਭਰੇ ਬੂਟ ਉਤਾਰਦਿਆਂ ਆਖਿਆ।

"I wish I could live on a farm," he said, as he pulled his muddy boots off.